Impressum
Verlag: BABADADA GmbH, Nedderfeld 112 , 22529 Hamburg
Geschäftsführer / Verlagsleitung: Harald Hof
Druck: Books on Demand GmbH, In de Tarpen 42, 22848 Norderstedt

Imprint
Publisher: BABADADA GmbH, Nedderfeld 112 , 22529 Hamburg, Germany
Managing Director / Publishing direction: Harald Hof
Print: Books on Demand GmbH, In de Tarpen 42, 22848 Norderstedt

AF188842

1

trường học
l'école

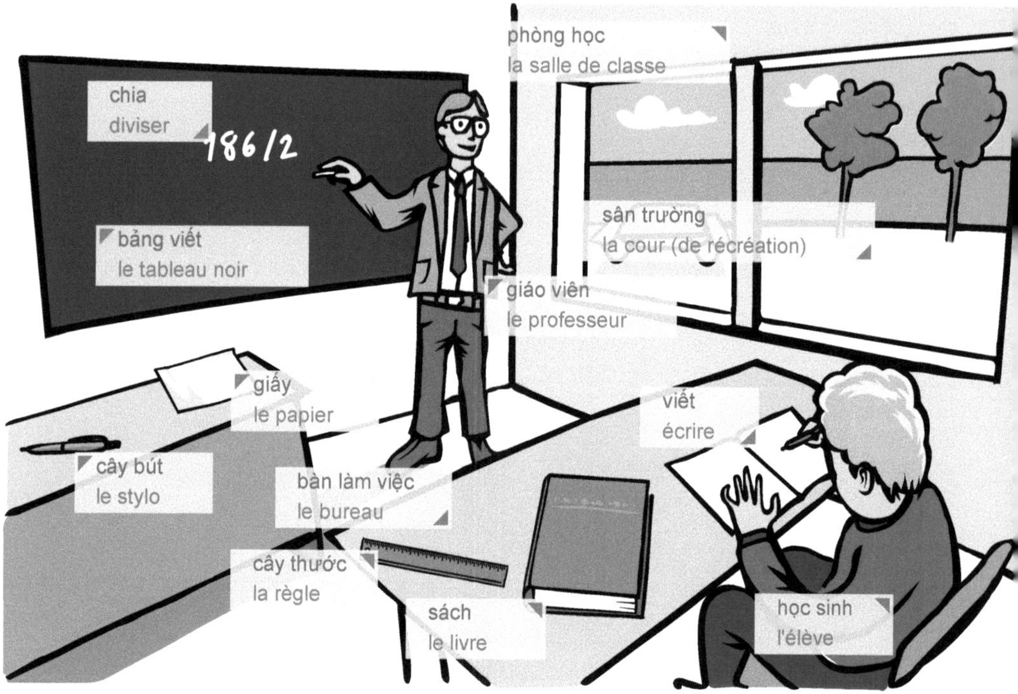
phòng học
la salle de classe
chia
diviser
186/2
bảng viết
le tableau noir
sân trường
la cour (de récréation)
giáo viên
le professeur
giấy
le papier
viết
écrire
cây bút
le stylo
bàn làm việc
le bureau
cây thước
la règle
sách
le livre
học sinh
l'élève

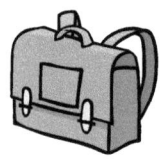

cặp đeo vai học sinh

le cartable

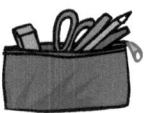

hộp đựng bút

la trousse

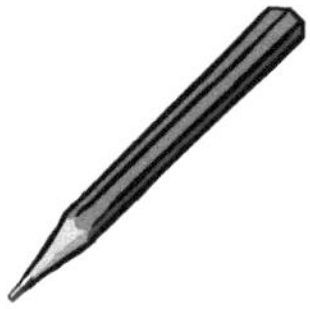

bút chì

le crayon

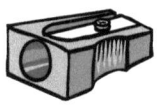

cái gọt bút chì

le taille-crayon

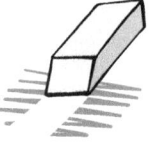

cục tẩy

la gomme

tập giấy vẽ

le carnet à dessin

bản vẽ

le dessin

cọ vẽ

le pinceau

hộp mực vẽ

la boîte de peinture

cây kéo

les ciseaux

keo dán

la colle

sách bài tập

le cahier d'exercices

bài tập ở nhà

les devoirs

số

le chiffre

cộng

additionner

trừ

soustraire

nhân

multiplier

tính toán

calculer

chữ cái

la lettre

bảng chữ cái

l'alphabet

từ

le mot

văn bản

le texte

đọc

lire

phấn viết

la craie

bài học

la leçon

sổ lớp

le livre de classe

thi kiểm tra

l'examen

chứng chỉ

le certificat

đồng phục học sinh

l'uniforme scolaire

giáo dục

la formation

từ điển bách khoa

le lexique

đại học

l'université

kính hiển vi

le microscope

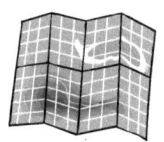

bản đồ

la carte

thùng rác giấy

la corbeille à papier

khách sạn
l'hôtel

Grand

nhà trọ
l'auberge

ROOMS

quầy đổi tiền
le bureau de change

ÉCHANGE

va li
la valise

xe ô tô
la voiture

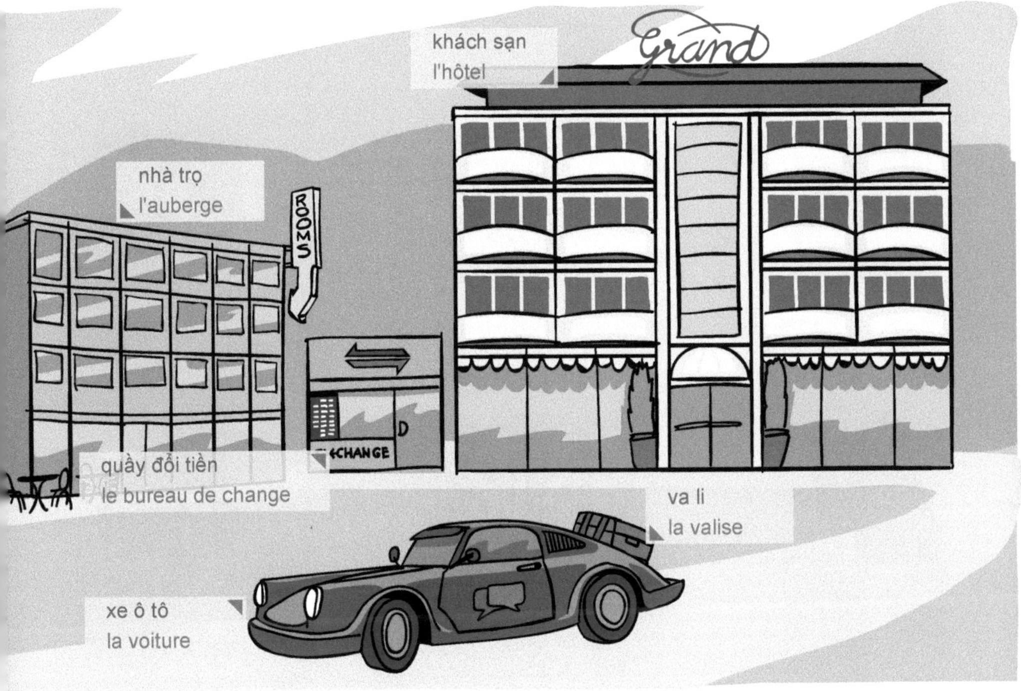

ngôn ngữ
la langue

có / không
oui / non

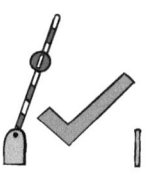

ô kê
d'accord

Xin chào
Salut

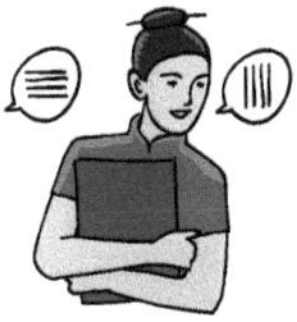

thông dịch viên
l'interprète

cám ơn
merci

... bao nhiêu tiều?

Combien coûte...?

tôi không hiểu

Je ne comprends pas

vấn đề

le problème

Xin chào! (buổi tối)

Bonsoir !

xin chào! (buổi sáng)

Bonjour !

chúc ngủ ngon!

Bonne nuit !

tạm biệt

Au revoir

hướng đi

la direction

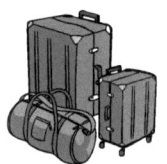

hành lý

les bagages

túi xách

le sac

túi ba lô

le sac-à-dos

khách

l'hôte

phòng

la pièce

túi ngủ

le sac de couchage

lều

la tente

thông tin du lịch

l'office de tourisme

bãi biển

la plage

thẻ tín dụng

la carte de crédit

ăn sáng

le petit-déjeuner

ăn trưa

le déjeuner

ăn tối

le dîner

vé xe

le billet

thang máy

l'ascenseur

tem bưu điện

le timbre

biên giới

la frontière

hải quan

la douane

đại sứ quán

l'ambassade

thị thực

le visa

hộ chiếu

le passeport

vận chuyển
le transport

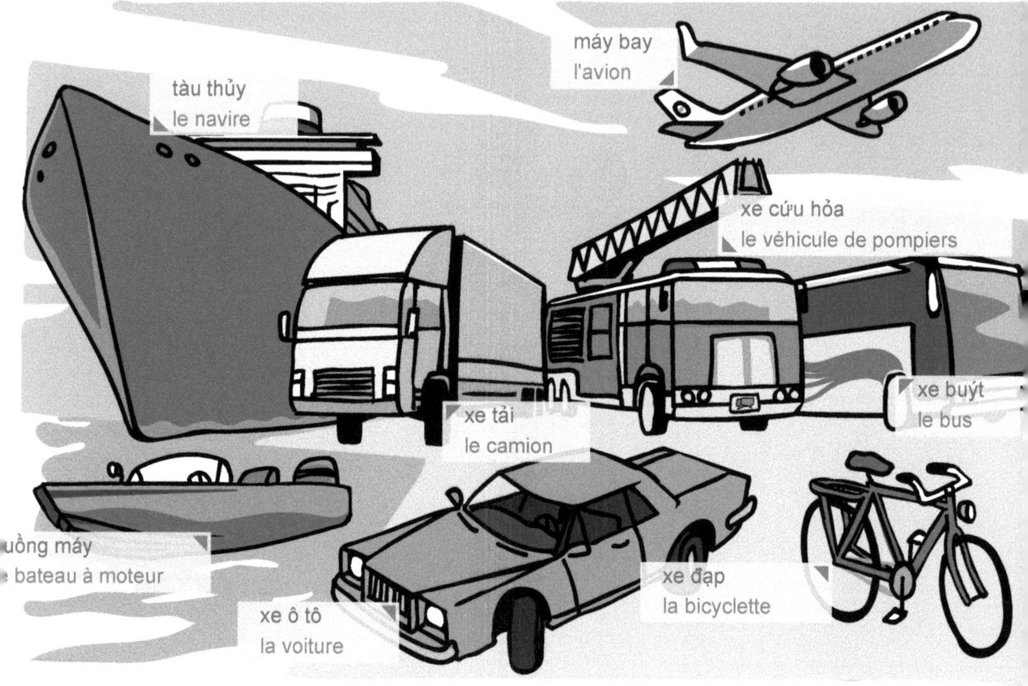

máy bay
l'avion
tàu thủy
le navire
xe cứu hỏa
le véhicule de pompiers
xe buýt
le bus
xe tải
le camion
uồng máy
bateau à moteur
xe đạp
la bicyclette
xe ô tô
la voiture

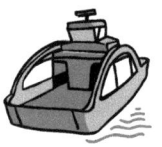

phà

le ferry

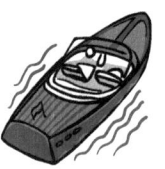

xuồng

la barque

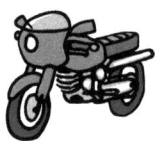

xe máy

la moto

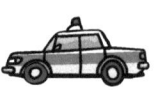

xe cảnh sát

la voiture de police

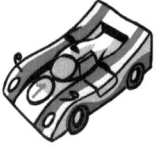

xe đua

la voiture de course

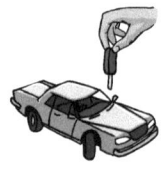

xe cho thuê

la voiture de location

dịch vụ thuê xe tự lái

l'auto-partage

xe kéo cứu hộ

la voiture de remorquage

xe rác

la benne à ordures

động cơ

le moteur

xăng

l'essence

trạm xăng

la station d'essence

biển báo giao thông

le panneau indicateur

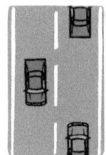

giao thông

le trafic

ách tắc giao thông

l'embouteillage

bãi đậu xe

le parking

nhà ga

la gare

đường ray

les rails

xe lửa

le train

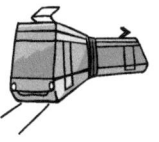

tàu điện

le tramway

toa xe

le wagon

máy bay trực thăng

l'hélicoptère

sân bay

l'aéroport

tháp

la tour

hành khách

le passager

côngtenơ

le conteneur

thùng các-tông

le carton

xe đẩy

le chariot

cái giỏ

la corbeille

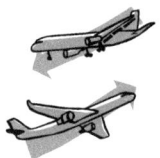

cất cánh / hạ cánh

décoller / atterrir

thành phố
la ville

làng

le village

trung tâm thành phố

le centre-ville

nhà

la maison

rạp chiếu phim
le cinéma

quảng cáo
la publicité

đèn đường
le réverbère

đường phố
la rue

taxi
le taxi

người đi bộ
le piéton

quán ăn nhẹ
le kiosque

CINEMA

vỉa hè
le trottoir

phần đường có vạch cho người đi bộ
le passage piéton

thùng rác lớn
la poubelle

ngã tư giao thông
le carrefour

đèn hiệu giao thông
les feux de circulation

nhà chòi
la cabane

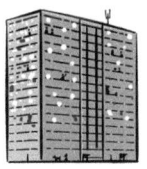

căn hộ
l'appartement

nhà ga
la gare

tòa thị chính
la mairie

viện bảo tàng
le musée

trường học
l'école

đại học
l'université

ngân hàng
la banque

bệnh viện
l'hôpital

khách sạn
l'hôtel

hiệu thuốc
la pharmacie

văn phòng
le bureau

hiệu sách
la librairie

cửa hiệu
le magasin

cửa hiệu bán hoa
le fleuriste

siêu thị
le supermarché

chợ
le marché

cửa hàng bách hóa
le grand magasin

người bán cá
la poissonnerie

trung tâm mua bán
le centre commercial

bến cảng
le port

công viên

le parc

ghế băng

la banque

cầu

le pont

cầu thang

les escaliers

tàu điện ngầm

le métro

đường hầm

le tunnel

trạm xe buýt

l'arrêt de bus

quán bar

le bar

khách sạn

le restaurant

hòm thư công cộng

la boîte à lettres

bảng hiệu đường

le panneau indicateur

đồng hồ đậu xe

le parcmètre

vườn bách thú

le zoo

bể bơi

le réverbère

nhà thờ Hồi giáo

la mosquée

thành phố - la ville

nông trại
la ferme

ô nhiễm môi trường
la pollution

nghĩa trang
la cimetière

nhà thờ
l'église

sân chơi
l'aire de jeux

ngôi đền
le temple

phong cảnh
le paysage

lá cây
la feuille

bảng chỉ đường
le panneau indicateur

lối đi
le chemin

bãi cỏ
le pré

hòn đá
la pierre

người đi bộ đường dài
le randonneur

cây
l'arbre

sông
la rivière

cỏ
l'herbe

bông hoa
la fleur

thung lũng

la vallée

đồi

la montagne

hồ nước

le lac

rừng

la forêt

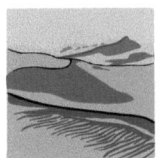

sa mạc

le désert

núi lửa

le volcan

lâu đài

le château

cầu vồng

l'arc-en-ciel

nấm

le champignon

cây cọ

le palmier

con muỗi

le moustique

con ruồi

la mouche

con kiến

les fourmis

con ong

l'abeille

con nhện

l'araignée

bọ cánh cứng

le coléoptère

con ếch

la grenouille

con sóc

l'écureuil

con nhím

le hérisson

con thỏ

le lièvre

con cú

la chouette

con chim

l'oiseau

thiên nga

le cygne

heo rừng

le sanglier

con hươu

le cerf

nai sừng tấm

l'élan

đê

le barrage

tuabin gió

l'éolienne

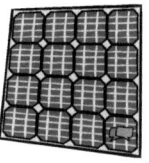

tấm năng lượng mặt trời

le panneau solaire

khí hậu

le climat

khách sạn

le restaurant

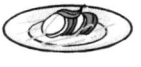

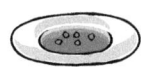

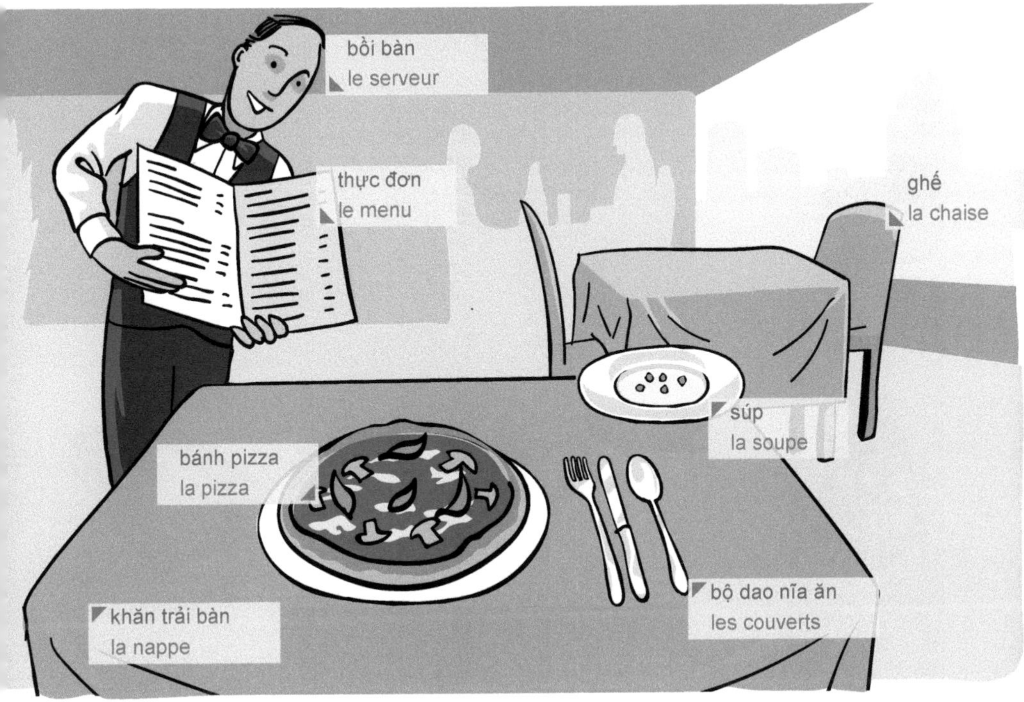
bồi bàn
le serveur
thực đơn
le menu
ghế
la chaise
súp
la soupe
bánh pizza
la pizza
bộ dao nĩa ăn
les couverts
khăn trải bàn
la nappe

món ăn khai vị

les hors d'œuvre

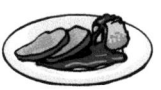

món ăn chính

le plat principal

món tráng miệng

le dessert

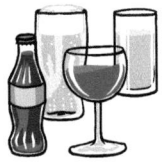

thức uống

les boissons

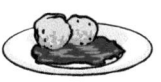

thức ăn

l'alimentation

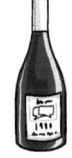

cái chai

la bouteille

thức ăn nhanh

le fast-food

thức ăn đường phố

les plats à emporter

ấm trà

la théière

hộp đường

le sucrier

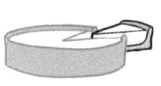

khẩu phần

la portion

máy pha espresso

la machine à expresso

ghế cao

la chaise haute

hóa đơn

la facture

khay

le plateau

dao

le couteau

nĩa

la fourchette

thìa

la cuillère

thìa uống trà

la cuillère à thé

khăn ăn

la serviette

cốc thủy tinh

le verre

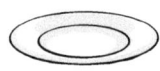

đĩa

l'assiette

đĩa súp

l'assiette à soupe

đĩa lót cốc

la soucoupe

nước sốt

la sauce

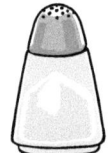

lọ muối

la salière

cái xay tiêu

le moulin à poivre

giấm

le vinaigre

dầu

l'huile

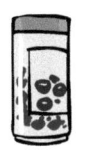

gia vị

les épices

nước xốt cà chua

le ketchup

tương hạt cải

la moutarde

nước sốt mayonnaise

la mayonnaise

siêu thị
le supermarché

chào giá đặc biệt
l'offre promotionnelle
khách hàng
le client
sản phẩm từ sữa
les produits laitiers
FOR
trái cây
les fruits
xe đẩy mua sắm
le chariot

BUTCHERS

lò mổ

la boucherie

BAKERY

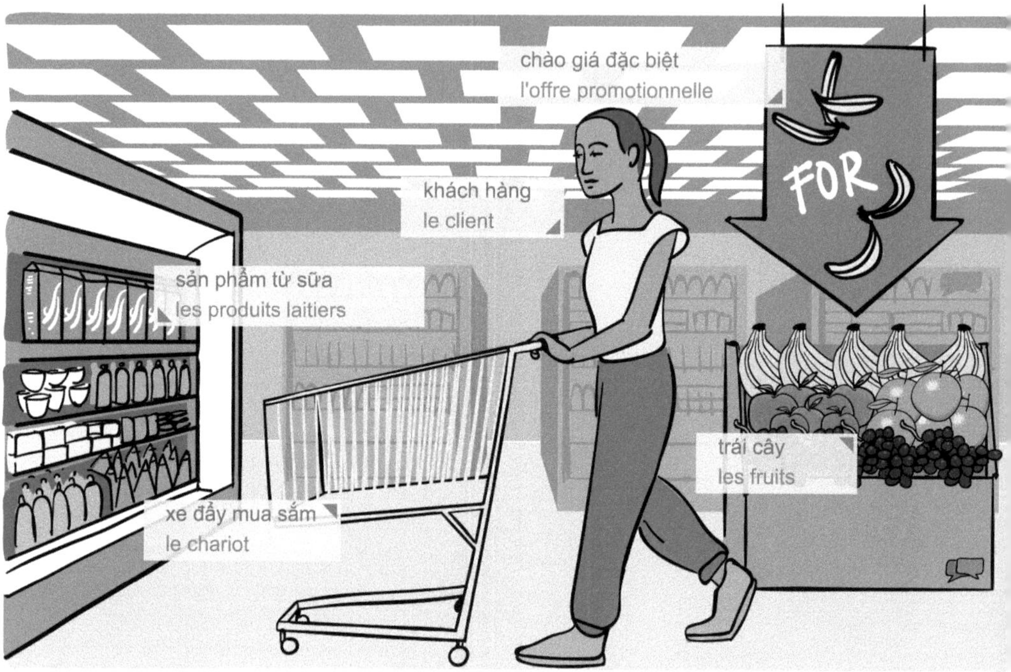

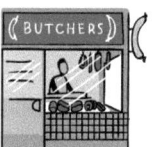

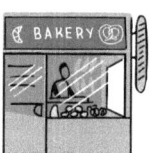

cửa hiệu bán bánh mì

la boulangerie

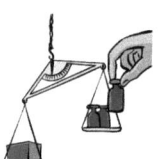

cân nặng

peser

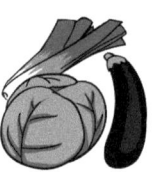

rau quả

les légumes

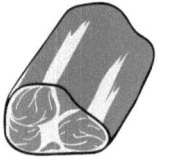

thịt

la viande

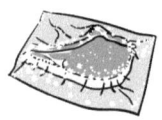

thức ăn đông lạnh

les aliments surgelés

lát thịt nguội

la charcuterie

đồ hộp

les conserves

bột giặt

la poudre à lessive

đồ ngọt

les bonbons

sản phẩm dùng trong gia đình

les articles ménagers

chất tẩy rửa

les détergents

người bán hàng

la vendeuse

quầy trả tiền

la caisse

nhân viên thu ngân

le caissier

danh sách mua sắm

la liste d'achats

giờ mở cửa

les heures d'ouverture

ví tiền

le portefeuille

thẻ tín dụng

la carte de crédit

túi đeo

le sac

túi ny lông

le sac en plastique

thức uống

les boissons

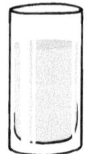
nước
l'eau

nước quả ép
le jus de fruit

sữa
le lait

coca-cola
le coca

rượu vang
le vin

bia
la bière

cồn
l'alcool

cacao
le chocolat chaud

trà
le thé

cà phê
le café

espresso
l'expresso

cappuccino
le cappuccino

chuối
la banane

quả táo
la pomme

quả cam
l'orange

dưa hấu
le melon

chanh
le citron.

cà rốt
la carotte

tỏi
l'ail

tre
le bambou

củ hành
l'oignon

nấm
le champignon

hạt dẻ
les noisettes

mì
les pâtes

mì spaghetti

les spaghetti

cơm

le riz

xà lách

la salade

khoai tây chiên

les pommes frites

khoai tây chiên

les pommes de terre rôties

bánh pizza

la pizza

bánh hamburger

le hamburger

bánh mì sandwich

le sandwich

thịt côtlet

l'escalope

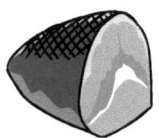

thịt giăm bông

le jambon

xúc xích

le salami

dồi

la saucisse

gà

le poulet

rán

le rôti

cá

le poisson

cháo yến mạch

les flocons d'avoine

cháo muesli

le muesli

bánh bột ngô nướng

les cornflakes

bột mì

la farine

bánh sừng bò

le croissant

bánh mì

les petits-pains

bánh mì

le pain

bánh mì nướng

le pain grillé

bánh bích quy

les biscuits

bơ

le beurre

sữa đông

le fromage blanc

bánh ngọt

le gâteau

trứng

l'œuf

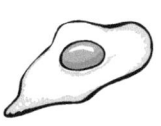

trứng rán

l'œuf au plat

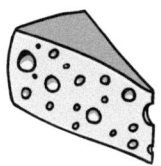

pho mát

le fromage

kem

la glace

đường

le sucre

mật ong

le miel

mứt

la confiture

kem nougat

la crème nougat

cà ri

le curry

nông trại
la ferme

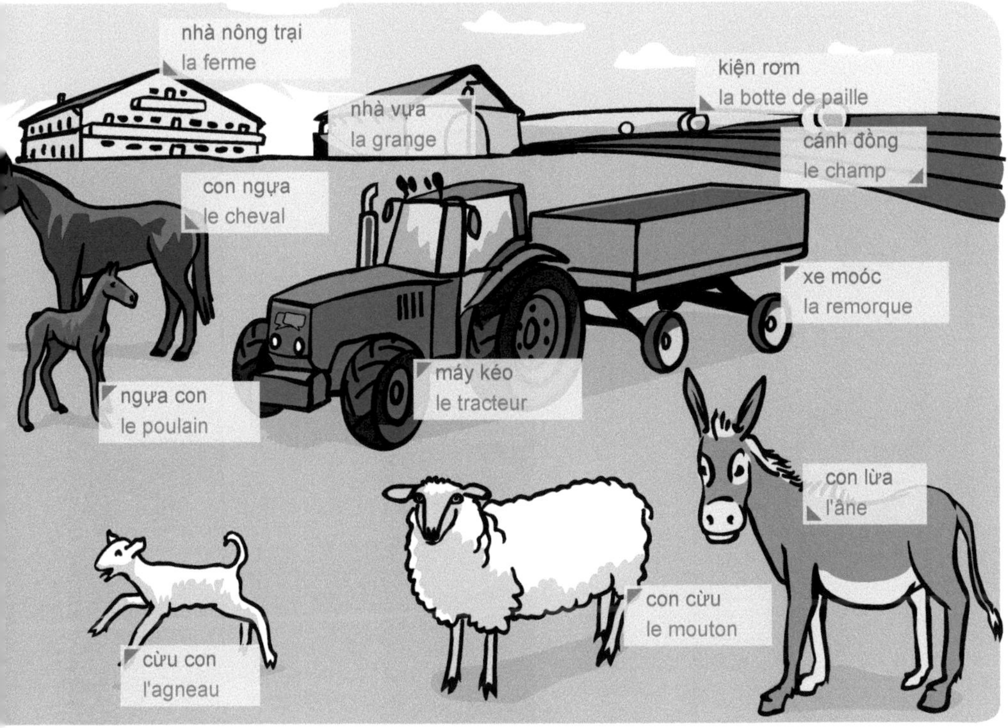

nhà nông trại
la ferme
kiện rơm
la botte de paille
nhà vựa
la grange
cánh đồng
le champ
con ngựa
le cheval
xe moóc
la remorque
máy kéo
le tracteur
ngựa con
le poulain
con lừa
l'âne
con cừu
le mouton
cừu con
l'agneau

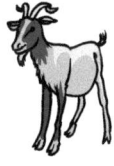

con dê

la chèvre

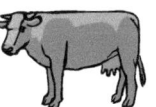

con bò

la vache

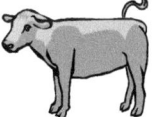

con bê

le veau

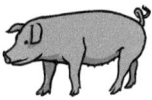

con lợn

le porc

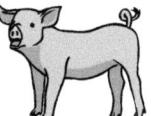

lợn con

le porcelet

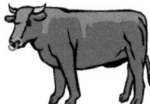

bò đực

le taureau

con ngỗng

l'oie

con vịt

le canard

gà con

le poussin

gà mái

la poule

gà trống

le coq

con chuột

le rat

mèo

le chat

chuột nhắt

la souris

bò đực

le bœuf

con chó

le chien

nhà chuồng chó

le chenil

ống tưới vườn cây

le tuyau de jardin

thùng tưới cây

l'arrosoir

lưỡi hái

la faucheuse

cái cày

la charrue

cái liềm
la faucille

cái cuốc
la pioche

cái chĩa
la fourche

cái rìu
la hache

xe cút kít
la brouette

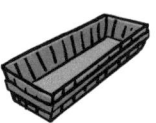

máng ăn
la cuve

lọ sữa
le pot à lait

bao tải
le sac

hàng rào
la clôture

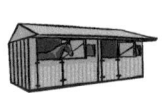

chuồng
l'étable

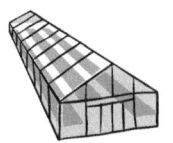

nhà kính trồng cây
le serre

đất trồng
le sol

hạt giống
les semences

phân bón
l'engrais

máy gặt đập liên hợp
la moissonneuse-batteuse

thu hoạch

récolter

mùa thu hoạch

la récolte

khoai lang

l'igname

lúa mì

le blé

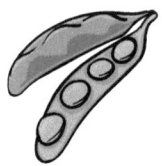

đậu nành

le soja

khoai tây

la pomme de terre

ngô

le maïs

hạt cải dầu

le colza

cây ăn trái

l'arbre fruitier

sắn

le manioc

ngũ cốc

les céréales

nhà
la maison

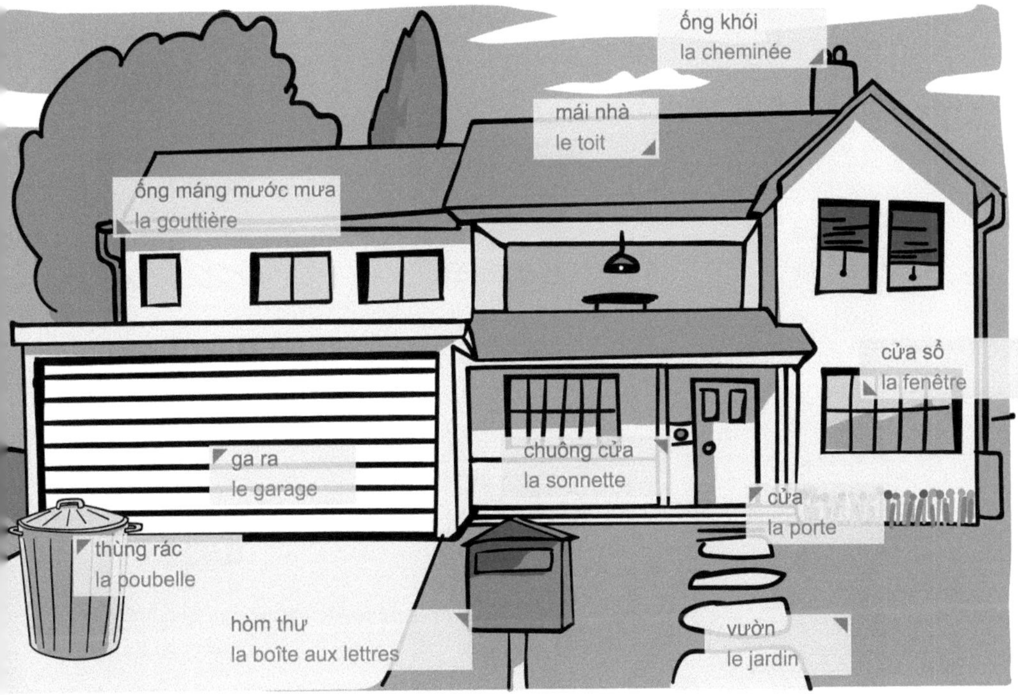
ống khói
la cheminée
mái nhà
le toit
ống máng mước mưa
la gouttière
cửa sổ
la fenêtre
ga ra
le garage
chuông cửa
la sonnette
cửa
la porte
thùng rác
la poubelle
hòm thư
la boîte aux lettres
vườn
le jardin

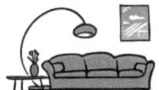

phòng khách

le salon

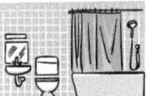

phòng tắm

la salle de bain

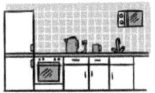

bếp

la cuisine

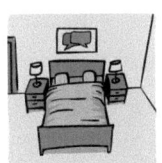

phòng ngủ

la chambre à coucher

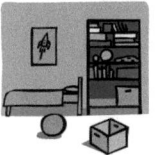

phòng trẻ em

la chambre d'enfant

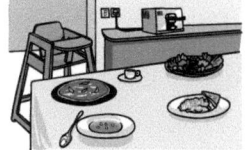

phòng ăn

la salle à manger

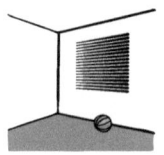

nền nhà
le sol

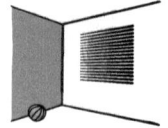

tường
le mur

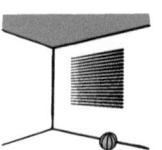

trần nhà
le plafond

tầng hầm
la cave

tắm hơi
le sauna

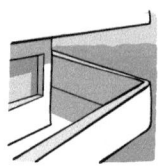

ban công
le balcon

sân hiên
la terrasse

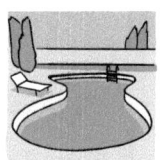

bể bơi
la piscine

máy cắt cỏ
la tondeuse à gazon

khăn trải giường
la housse

khăn trải giường
la couette

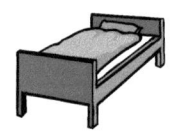

giường
le lit

chổi
le balai

cái xô
le sceau

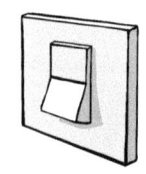

công tắc điện
l'interrupteur

phòng khách
le salon

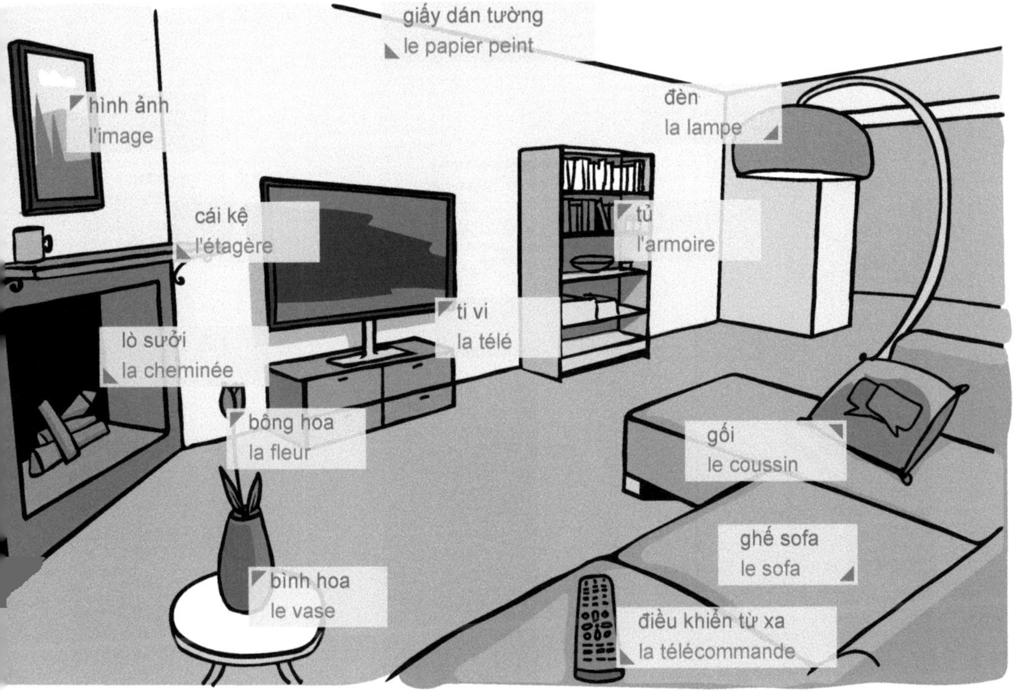

giấy dán tường
le papier peint
hình ảnh
l'image
đèn
la lampe
cái kệ
l'étagère
tủ
l'armoire
ti vi
la télé
lò sưởi
la cheminée
bông hoa
la fleur
gối
le coussin
ghế sofa
le sofa
bình hoa
le vase
điều khiển từ xa
la télécommande

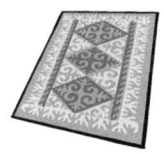

thảm

le tapis

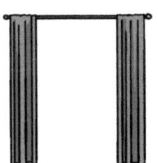

rèm

le rideau

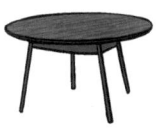

cái bàn

la table

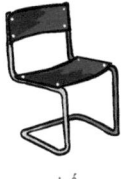

ghế

la chaise

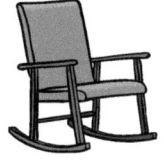

ghế bập bênh

la chaise à bascule

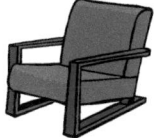

ghế bành

le fauteuil

sách
le livre

cái chăn
la couverture

đồ trang trí
la décoration

củi
le bois de chauffage

phim
le film

máy hi-fi
la chaîne hi-fi

chìa khóa
la clé

báo
le journal

bức tranh
la peinture

áp phích
le poster

radio
la radio

sổ ghi chép
le bloc-notes

máy hút bụi
l'aspirateur

cây xương rồng
le cactus

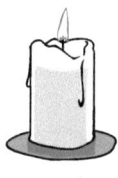

cây nến
la bougie

bếp
la cuisine

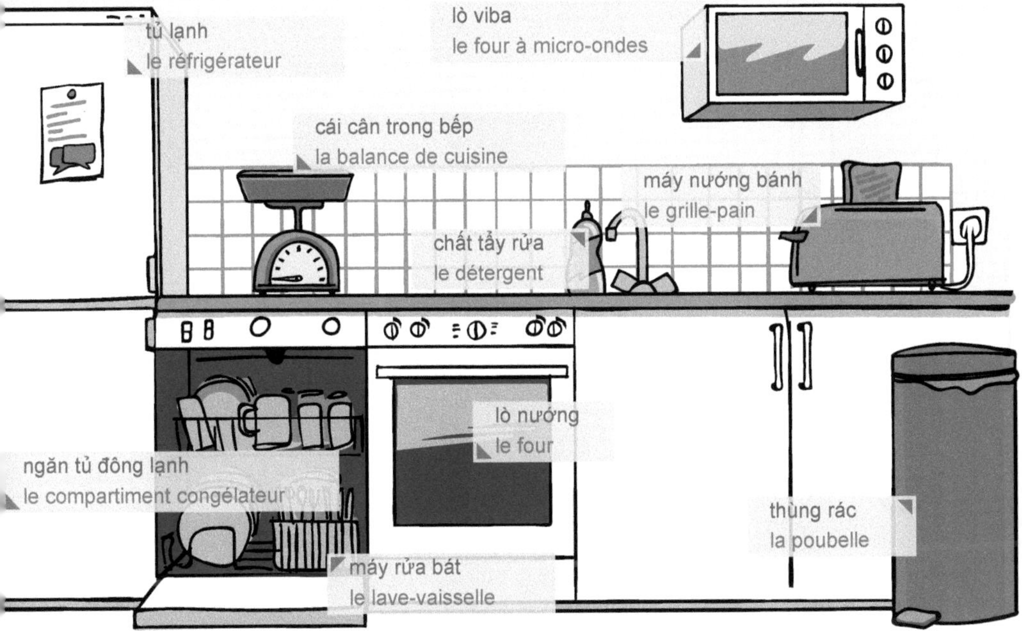

tủ lạnh
le réfrigérateur
lò viba
le four à micro-ondes
cái cân trong bếp
la balance de cuisine
máy nướng bánh
le grille-pain
chất tẩy rửa
le détergent
lò nướng
le four
ngăn tủ đông lạnh
le compartiment congélateur
thùng rác
la poubelle
máy rửa bát
le lave-vaisselle

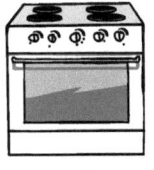

lò nấu

le four

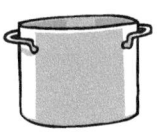

nồi

la casserole

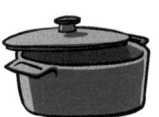

nồi sắt

la marmite

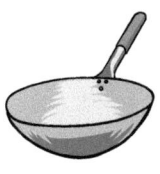

chảo

le wok / kadai

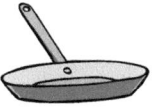

chảo

la poêle

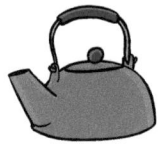

ấm đun nước

la bouilloire electrique

nồi đun hơi

le cuiseur vapeur

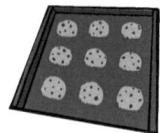

khay lò nướng

la plaque de cuisson

bát đĩa

la vaisselle

cốc

le gobelet

cái bát

la coupe

đũa

les baguettes

cái vá

la louche

bàn xẻng

la spatule

que đánh kem

le fouet

rây dùng trong bếp

la passoire

cái rây lọc

le tamis

cái nạo

la râpe

vữa

le mortier

vỉ nướng

le barbecue

ngọn lửa trần

la cheminée

cái thớt

la planche à découper

trục cán bột

le rouleau à pâtisserie

cái mở nút chai

le tire-bouchon

vỏ đồ hộp

la boîte

cái mở vỏ đồ hộp

l'ouvre-boîte

miếng nhấc nồi

les maniques

bồn rửa bát

le lavabo

bàn chải

la brosse

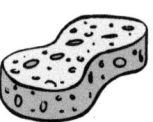

miếng xốp

l'éponge

máy xay

le mixeur

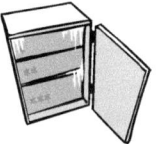

tủ đông lạnh

le congélateur

bình sữa cho trẻ sơ sinh

le biberon

vòi nước

le robinet

phòng tắm

la salle de bain

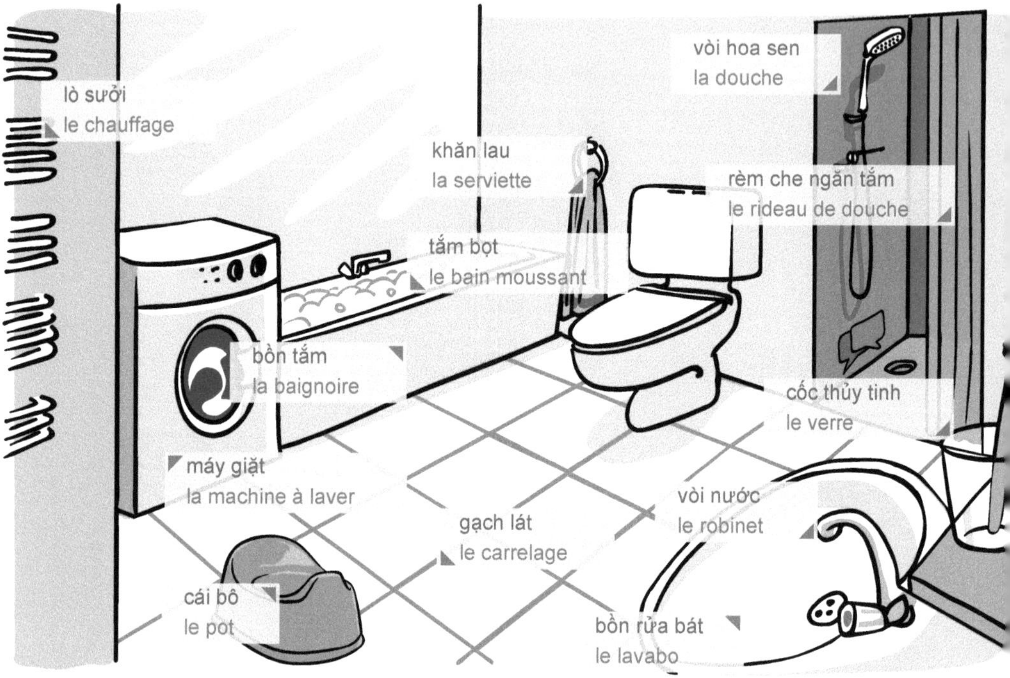
lò sưởi
le chauffage
khăn lau
la serviette
vòi hoa sen
la douche
rèm che ngăn tắm
le rideau de douche
tắm bọt
le bain moussant
bồn tắm
la baignoire
cốc thủy tinh
le verre
máy giặt
la machine à laver
vòi nước
le robinet
gạch lát
le carrelage
cái bô
le pot
bồn rửa bát
le lavabo

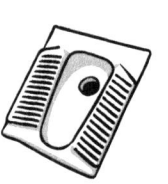

bồn cầu

les toilettes

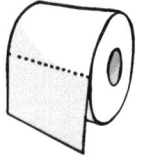

bồn cầu ngồi xổm

la toilette à la turque

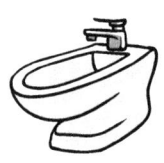

bồn rửa hậu môn

le bidet

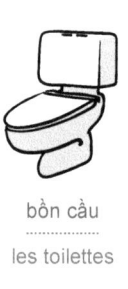

bồn tiểu tiện

l'urinoir

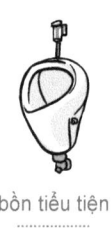

giấy vệ sinh

le papier toilette

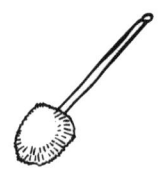

bàn chải cọ bồn cầu

la brosse à toilette

bàn chải đánh răng

la brosse à dents

kem đánh răng

le dentifrice

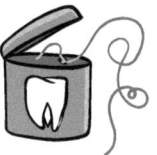

chỉ nha khoa

le fil dentaire

rửa

laver

vòi sen cầm tay

la douche manuelle

vòi rửa hậu môn

la douche intime

bồn rửa

la vasque

bàn chải cọ lưng

la brosse dorsale

xà phòng

le savon

sữa tắm

le gel douche

dầu gội

le shampooing

khăn cọ để tắm

le gant de toilette

lỗ thoát nước

l'écoulement

kem

la crème

chất khử mùi

le déodorant

gương

le miroir

gương tay

le miroir cosmétique

dao cạo râu

le rasoir

kem cạo râu

la mousse à raser

nước thơm dùng sau khi cạo râu

l'après-rasage

cái lược

la peigne

bàn chải

la brosse

máy xấy tóc

le sèche-cheveux

keo xịt tóc

la laque pour cheveux

đồ trang điểm

le fond de teint

thỏi son môi

le rouge à lèvres

sơn bôi móng

le vernis à ongles

bông

l'ouate

kéo cắt móng

le coupe-ongles

nước hoa

le parfum

túi đựng đồ tắm

la trousse de toilette

ghế đẩu

le tabouret

cái cân

le pèse-personne

áo choàng tắm

le peignoir

găng tay làm vệ sinh

les gants de nettoyage

nút gạc

le tampon

băng vệ sinh

es serviettes hygiéniques

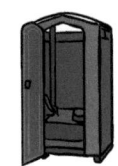

nhà vệ sinh hóa chất

la toilette chimique

phòng trẻ em
la chambre d'enfant

đồng hồ báo thức
le réveil
thú bông
le doudou
xe đồ chơi
la voiture jouet
cái lúc lắc
le hochet
nhà búp bê
la maison de poupée
món quà
le cadeau

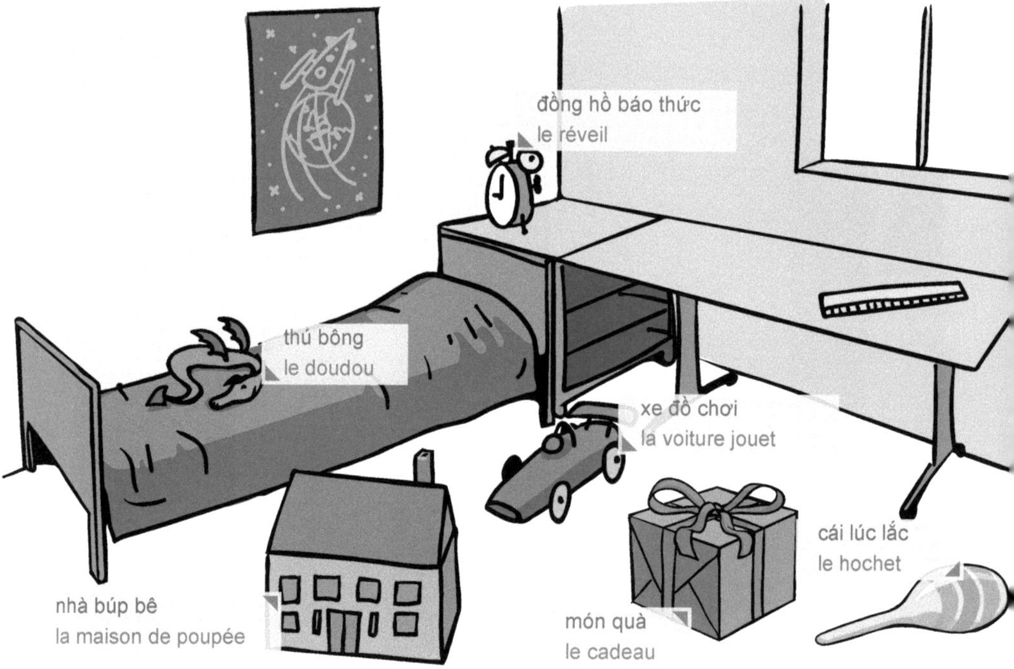

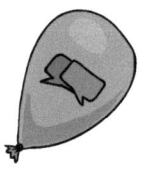

bong bóng

le ballon

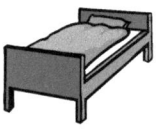

giường

le lit

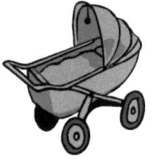

xe nôi

la poussette

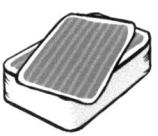

trò chơi bài

le jeu de cartes

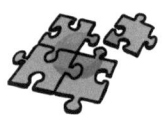

trò chơi ghép hình

le puzzle

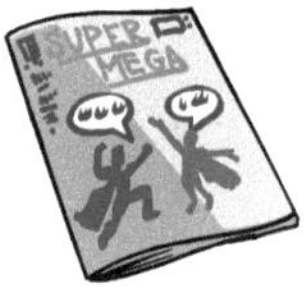

truyện tranh

la bande dessinée

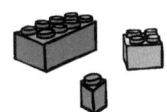

gạch Lego

les pièces lego

khối xếp hình

les blocs de construction

nhân vật hành động

la figurine

liền quần cho trẻ sơ sinh

la grenouillère

đĩa nhựa để ném

le frisbee

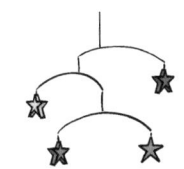

đồ chơi treo trên giường

le mobile

trò chơi cờ bàn

le jeu de société

xúc xắc

le dé

đồ chơi xe lửa mô hình

le train miniature

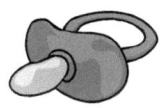

ti giả

la sucette

buổi tiệc

la fête

sách tranh

le livre d'images

quả bóng

la balle

búp bê

la poupée

chơi

jouer

hố cát
le bac à sable

cái đu
la balançoire

đồ chơi
les jouets

máy chơi game cầm tay
la console de jeu

xe ba bánh
le tricycle

gấu bông
l'ours en peluche

tủ quần áo
l'armoire

y phục
les vêtements

bít tất
les chaussettes

bít tất dài
les bas

quần tất
le collant

khăn choàng cổ
l'écharpe

ô che mưa
le parapluie

áp phông
le t-shirt

ây thắt lưng
ceinture

ủng
les bottes

dép đi trong nhà
les pantoufles

giày sneaker
les baskets

dép xăng đan
les sandales

giày
les chaussures

ủng cao su
les bottes de caoutchouc

quần lót
les sous-vêtements

áo ngực
le soutien-gorge

áo vest
le maillot de corps

áo ôm sát cơ thể

le body

quần dài

le pantalon

quần bò

le jean

váy

la jupe

áo cánh

le chemisier

áo sơ mi

la chemise

áo len chui đầu

le pull

áo len

le sweat à capuche

áo blazer

la veste

áo jacket

la veste

áo khoác

le manteau

áo mưa

l'imperméable

trang phục

le costume

áo váy

la robe

áo cưới

la robe de mariée

bộ com lê

le costume

áo ngủ

la chemise de nuit

pijama

le pyjama

trang phục sari

le sari

khăn trùm đầu

le foulard

khăn đội đầu

le turban

áo burka

la burqa

áo captan

le caftan

áo aba

l'abaya

quần áo bơi

le maillot de bain

quần bơi

le maillot de bain

quần đùi

le short

quần áo tracksuit

la tenue d'entraînement

tạp dề

le tablier

găng tay

les gants

cái cúc

le bouton

kính mắt

les lunettes

vòng đeo tay

le bracelet

vòng cổ

le collier

nhẫn

la bague

hoa tai

la boucle d'oreille

mũ lưỡi trai

le bonnet

cái mắc treo áo quần

le cintre

mũ

le chapeau

cà vạt

la cravate

dây kéo phéc mơ tuya

la fermeture éclair

mũ bảo hiểm

le casque

dây đeo quần

les bretelles

đồng phục học sinh

l'uniforme scolaire

đồng phục

l'uniforme

yếm trẻ em
le bavoir

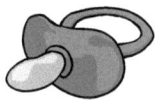

ti giả
la sucette

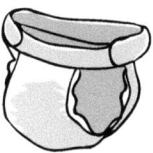

tã lót
la lange

văn phòng
le bureau

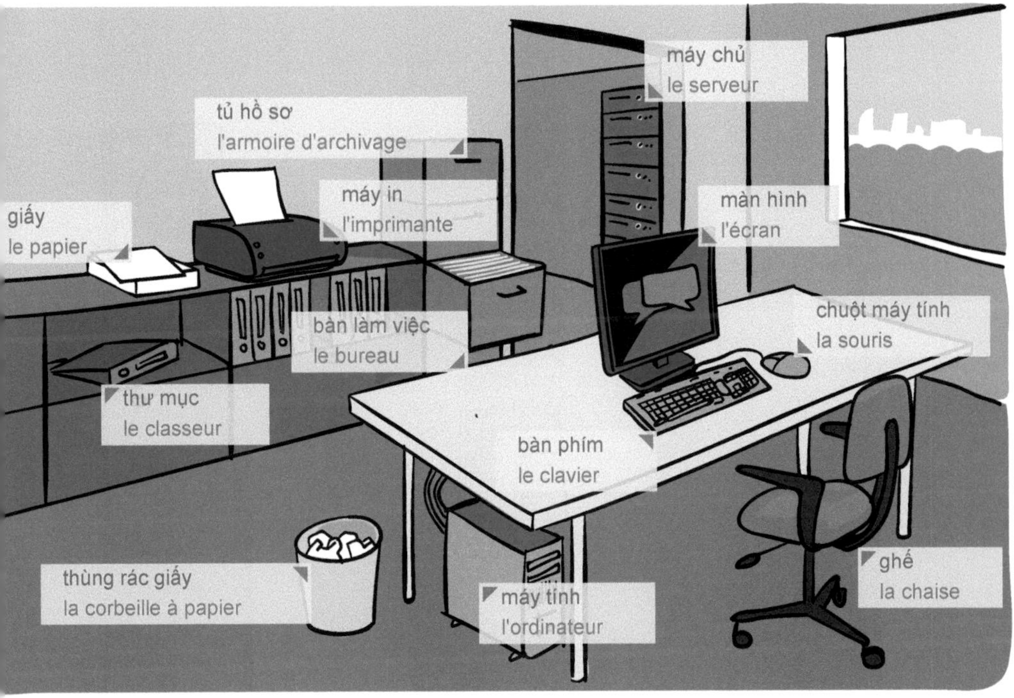

máy chủ
le serveur

tủ hồ sơ
l'armoire d'archivage

máy in
l'imprimante

màn hình
l'écran

giấy
le papier

chuột máy tính
la souris

bàn làm việc
le bureau

thư mục
le classeur

bàn phím
le clavier

thùng rác giấy
la corbeille à papier

máy tính
l'ordinateur

ghế
la chaise

cốc cà phê
la tasse de café

máy tính bỏ túi
la calculatrice

internet
l'internet

laptop
l'ordinateur portable

thư
la lettre

tin nhắn
le message

điện thoại di động
le portable

mạng
le réseau

máy photocopy
la photocopieuse

phần mềm
le logiciel

điện thoại
le téléphone

ổ cắm điện
la prise

máy fax
le fax

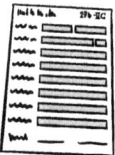

mẫu đơn
le formulaire

chứng từ
le document

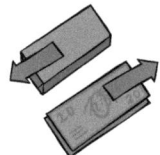

mua
acheter

trả tiền
payer

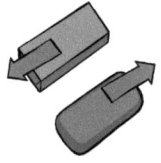

buôn bán
faire du commerce

tiền
la monnaie

đô la
le dollar

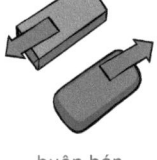

Euro
l'euro

yên
le yen

rúp
le rouble

franc Thụy Sĩ
le franc suisse

nhân dân tệ
le renminbi yuan

rupi
la roupie

máy rút tiền tự động
le distributeur automatique

quầy đổi tiền

le bureau de change

vàng

l'or

bạc

l'argent

dầu

le pétrole

năng lượng

l'énergie

giá tiền

le prix

hợp đồng

le contrat

thuế

la taxe

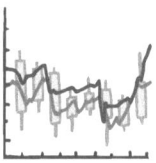

cổ phiếu

l'action

làm việc

travailler

nhân viên

l'employé

chủ lao động

l'employeur

nhà máy

l'usine

cửa hiệu

le magasin

nghề nghiệp
les professions

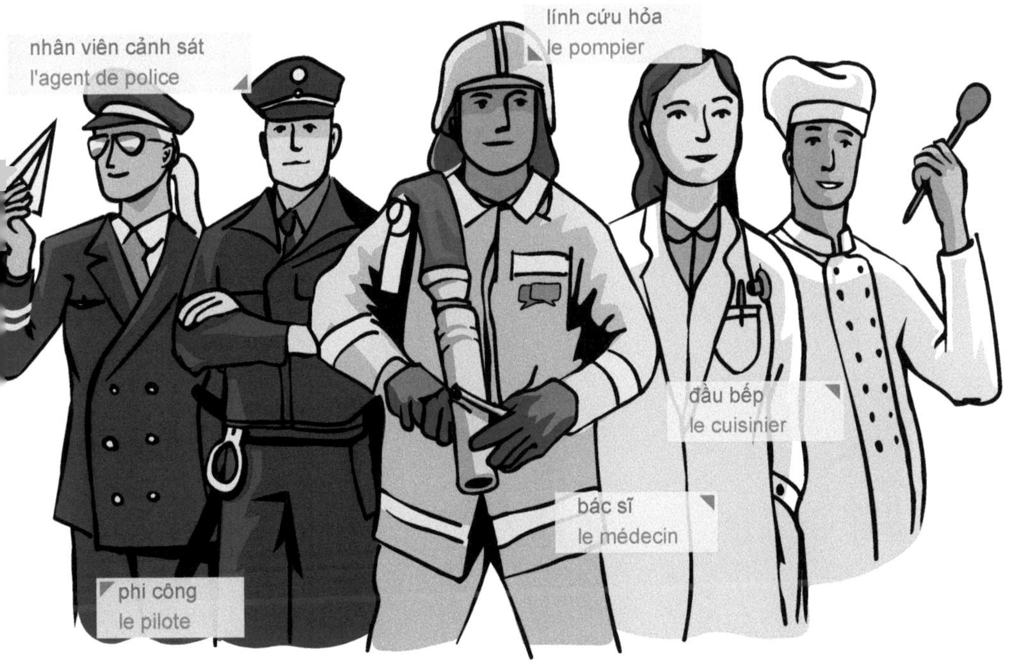

nhân viên cảnh sát
l'agent de police
lính cứu hỏa
le pompier
đầu bếp
le cuisinier
bác sĩ
le médecin
phi công
le pilote

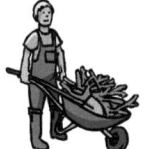

người làm vườn

le jardinier

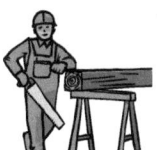

thợ mộc

le menuisier

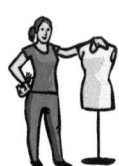

thợ may

la couturière

chánh án

le juge

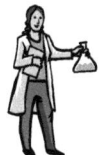

nhà hóa học

le chimiste

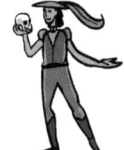

diễn viên

l'acteur

tài xế xe buýt

le conducteur de bus

người lái taxi

le chauffeur de taxi

ngư dân

le pêcheur

người lau dọn vệ sinh

la femme de ménage

thợ lợp mái nhà

le couvreur

bồi bàn

le serveur

thợ săn

le chasseur

họa sĩ

le peintre

thợ làm bánh

le boulanger

thợ điện

l'électricien

thợ xây dựng

l'ouvrier

kỹ sư

l'ingénieur

người hàng thịt

le boucher

thợ sửa ống nước

le plombier

người đưa thư

le facteur

người lính

le soldat

kiến trúc sư

l'architecte

nhân viên thu ngân

le caissier

người bán hoa

le fleuriste

thợ cắt tóc

le coiffeur

nhân viên soát vé

le contrôleur

thợ cơ khí

le mécanicien

thuyền trưởng

le capitaine

nha sĩ

le dentiste

nhà khoa học

le scientifique

giáo sĩ Do thái

le rabbin

lãnh tụ Hồi giáo

l'imam

nhà sư

le moine

mục sư

le prêtre

dụng cụ
les outils

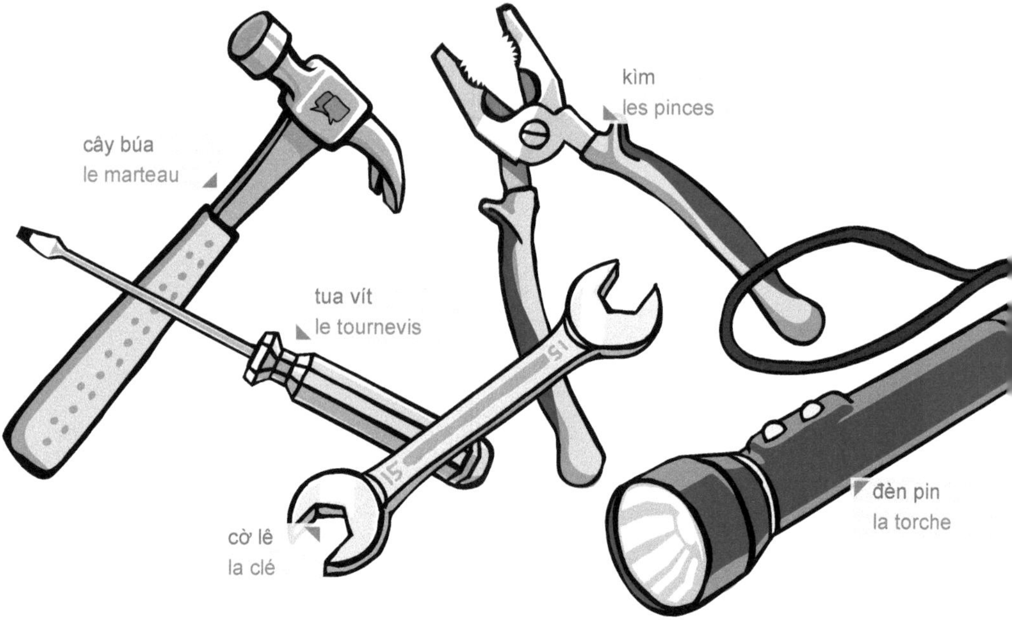

cây búa
le marteau
kìm
les pinces
tua vít
le tournevis
cờ lê
la clé
đèn pin
la torche

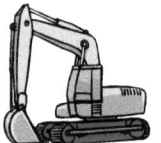

máy xúc đất

la pelleteuse

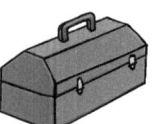

hộp dụng cụ

la boîte à outils

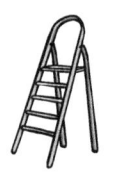

cái thang

l'échelle

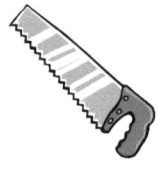

cưa

la scie

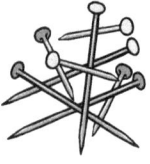

đinh

les clous

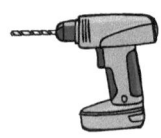

máy khoan

la perceuse

sửa chữa

réparer

cái xẻng

la pelle

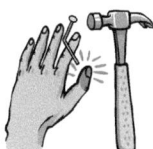

khốn nạn!

Mince !

cái hót rác

la pelle

thùng sơn

le pot de peinture

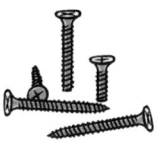

vít

les vis

nhạc cụ
les instruments de musique

bô trống
la batterie

loa
le haut-parleurs

đàn ghi ta
la guitare

đàn công tra bát
la contrebasse

kèn trompet
la trompette

đàn piano

le piano

đàn vĩ cầm

le violon

ghi ta bass

la basse

trống định âm

les timbales

trống

le tambour

đàn organ

le piano électrique

kèn Saxophone

le saxophone

sáo

la flûte

micro

le microphone

vườn bách thú
le zoo

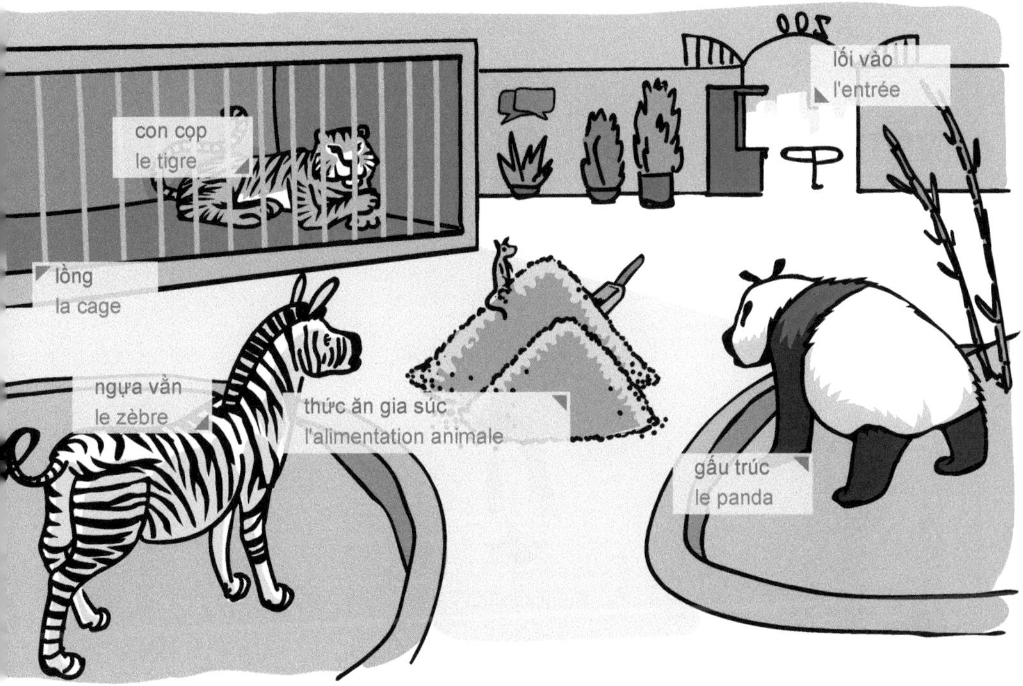

lối vào
l'entrée
con cọp
le tigre
lồng
la cage
ngựa vằn
le zèbre
thức ăn gia súc
l'alimentation animale
gấu trúc
le panda

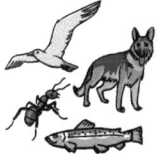

động vật
les animaux

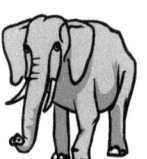

con voi
l'éléphant

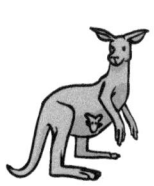

chuột túi
le kangourou

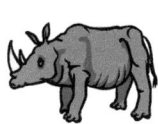

tê giác
le rhinocéros

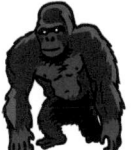

khỉ đột
le gorille

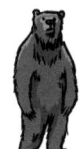

con gấu
l'ours

lạc đà

le chameau

đà điểu

l'autruche

sư tử

le lion

con khỉ

le singe

hồng hạc

le flamand rose

con vẹt

le perroquet

gấu bắc cực

l'ours polaire

chim cánh cụt

le pingouin

cá mập

le requin

con công

le paon

con rắn

le serpent

cá sấu

le crocodile

người trông giữ vườn bách
thú

le gardien de zoo

hải cẩu

le phoque

báo đốm

le jaguar

vườn bách thú - le zoo

ngựa lùn
le poney

con báo
le léopard

hà mã
l'hippopotame

hươu cao cổ
la girafe

đại bàng
l'aigle

heo rừng
le sanglier

cá
le poisson

con rùa
la tortue

hải mã
le morse

con cáo
le renard

linh dương
la gazelle

thể thao
les sports

bóng bầu dục Mỹ
l'american Football

đua xe đạp
le cyclisme

quần vợt
le tennis

bóng rổ
le basket-ball

bơi
la natation

đấm bốc
la boxe

khúc côn cầu trên băng
le hockey sur glace

bóng đá
le football

cầu lông
le badminton

điền kinh
l'athlétisme

bóng ném
le handball

trượt tuyết
le ski

polo
le polo

các hoạt động
les activités

nhảy
sauter
ôm
embrasser
cười
rire
đi bộ
marcher
ca hát
chanter
mơ
rêver
cầu nguyện
prier
hôn
faire la bise

A

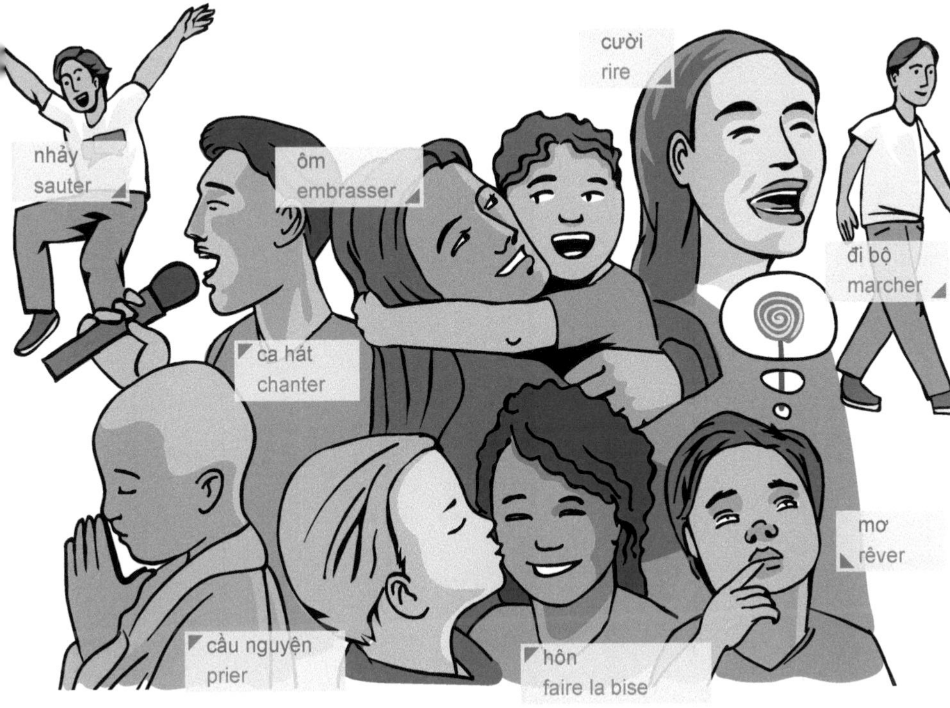

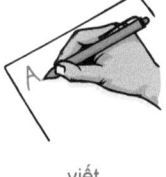

viết
écrire

vẽ
dessiner

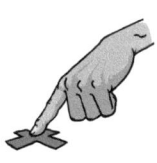

chỉ trỏ
montrer

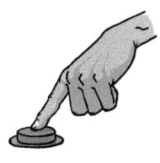

đẩy
pousser

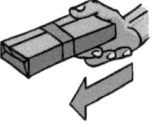

cho
donner

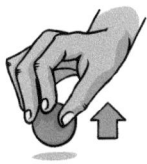

lấy đi
prendre

có
....
avoir

làm
....
faire

thì / là
....
être

đứng
....
être debout

chạy
....
courir

kéo
....
trier

ném
....
jeter

rơi
....
tomber

nằm
....
être couché

chờ đợi
....
attendre

mang vác
....
porter

ngồi
....
être assis

mặc quần áo
....
s'habiller

ngủ
....
dormir

thức dậy
....
se réveiller

xem

regarder

khóc

pleurer

vuốt ve

caresser

chải

peigner

nói chuyện

parler

hiểu

comprendre

câu hỏi

demander

nghe

écouter

uống

boire

ăn

manger

dọn dẹp

ranger

yêu

aimer

nấu nướng

cuire

lái xe

conduire

bay

voler

các hoạt động - les activités

65

đi thuyền buồm

faire de la voile

tính toán

calculer

đọc

lire

học

apprendre

làm việc

travailler

cưới

se marier

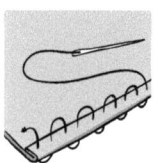

khâu vá

coudre

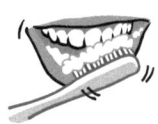

đánh răng

brosser les dents

giết

tuer

hút thuốc

fumer

gửi đi

envoyer

nội (ngoại)
grand-mère

ông nội (ngoại)
le grand-père

cha
le père

mẹ
la mère

trẻ con
le bébé

con gái
la fille

con trai
le fils

khách

l'hôte

cô (dì)

la tante

chú, bác (cậu)

l'oncle

anh (em) trai

le frère

chị (em) gái

la sœur

cơ thể
le corps

trán
le front
mắt
l'œil
vai
l'épaule
ngón tay
le doigt
mặt
le visage
cằm
le menton
bàn tay
la main
chân
la jambe
ngực
la poitrine
cánh tay
le bras

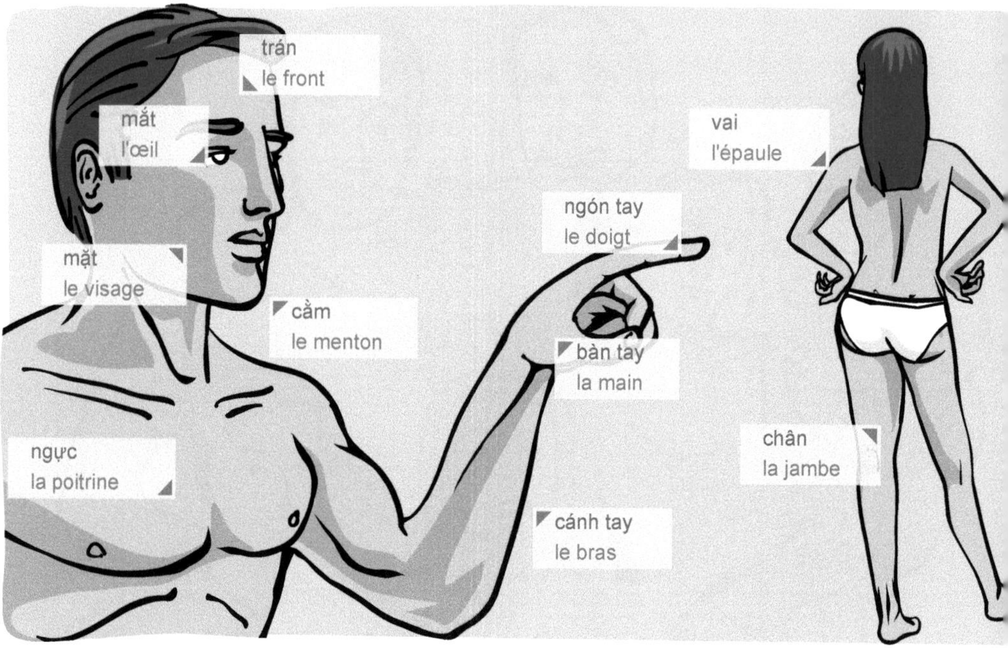

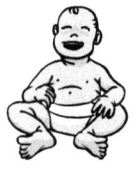

trẻ con

le bébé

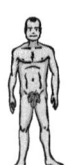

đàn ông

l'homme

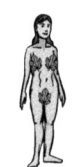

phụ nữ

la femme

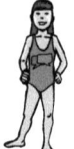

bé gái

la fille

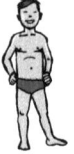

bé trai

le garçon

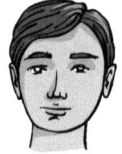

đầu

la tête

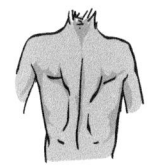

lưng
le dos

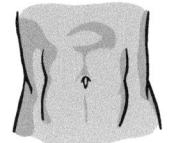

bụng
le ventre

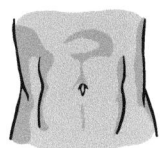

rốn
le nombril

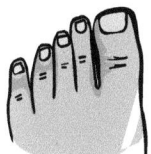

ngón chân
l'orteil

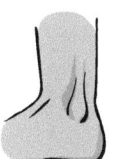

gót chân
le talon

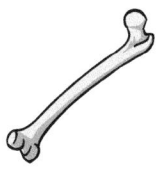

xương
l'os

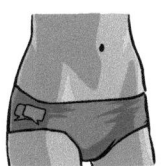

hông
la hanche

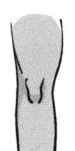

đầu gối
le genou

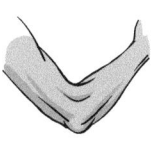

khuỷu tay
le coude

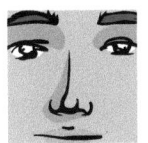

mũi
le nez

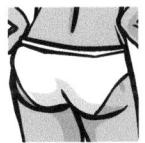

mông
les fesses

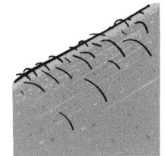

da
la peau

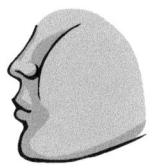

má
la joue

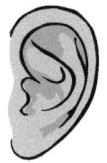

tai
l'oreille

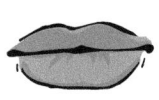

môi
la lèvre

miệng

la bouche

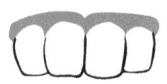

răng

la dent

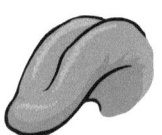

lưỡi

la langue

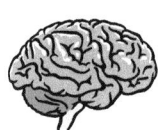

não

le cerveau

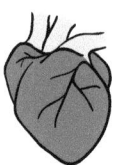

tim

le cœur

cơ bắp

le muscle

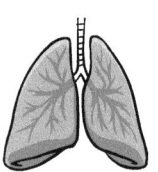

phổi

les poumons

gan

le foie

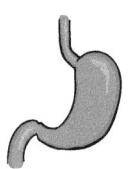

dạ dày

l'estomac

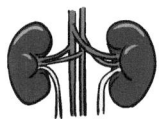

thận

les reins

giao hợp

le rapport sexuel

bao cao su

le préservatif

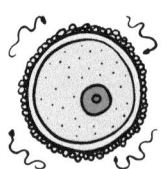

noãn

l'ovule

tinh dịch

le sperme

mang thai

la grossesse

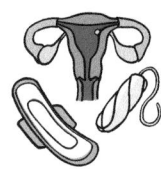

kinh nguyệt

la menstruation

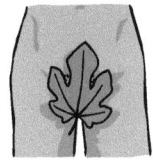

âm vật

le vagin

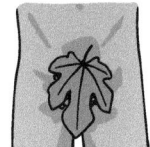

dương vật

le pénis

lông mày

le sourcil

tóc

les cheveux

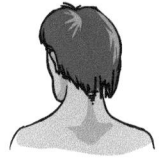

cổ

le cou

cơ thể - le corps

bệnh viện
l'hôpital

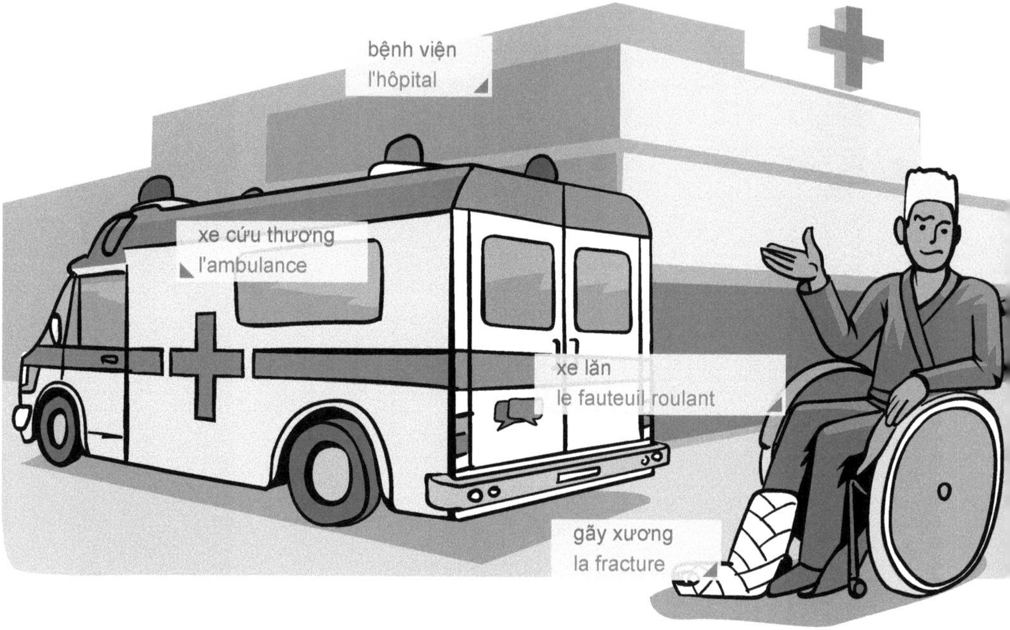

bệnh viện
l'hôpital

xe cứu thương
l'ambulance

xe lăn
le fauteuil roulant

gãy xương
la fracture

bác sĩ

le médecin

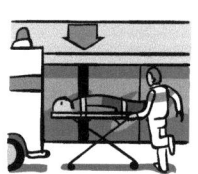

phòng cấp cứu

le service des urgences

y tá

l'infirmière

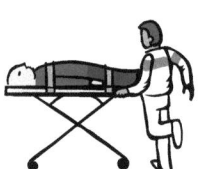

cấp cứu

l'urgence

bất tỉnh

inconscient

cơn đau

la douleur

bị thương

la blessure

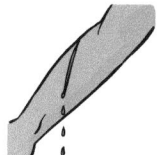

chảy máu

l'hémorragie

nhồi máu cơ tim

la crise cardiaque

đột quỵ

l'attaque cérébrale

dị ứng

l'allergie

ho

la toux

sốt

la fièvre

cúm

la grippe

tiêu chảy

la diarrhée

đau đầu

le mal de tête

ung thư

le cancer

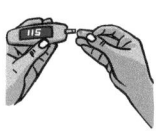

bệnh tiểu đường

le diabète

bác sĩ phẫu thuật

le chirurgien

dao mổ

le scalpel

giải phẫu

l'opération

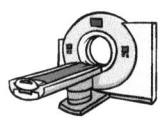

chụp cắt lớp

le CT

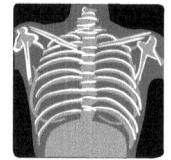

chụp x-quang

la radiographie

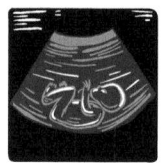

siêu âm

l'échographie

mặt nạ

le masque

bệnh

la maladie

phòng đợi

la salle d'attente

cái nạng

la béquille

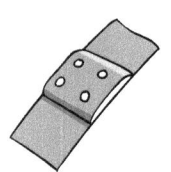

băng dán vết thương

le pansement

băng bó

le pansement

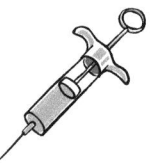

tiêm thuốc

l'injection

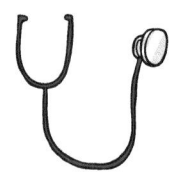

ống nghe khám bệnh

le stéthoscope

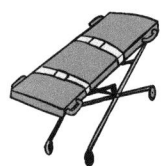

băng ca

le brancard

nhiệt kế

le thermomètre

sinh đẻ

l'accouchement

thừa cân

la surcharge pondérale

máy trợ thính
l'appareil auditif

chất khử trùng
le désinfectant

nhiễm trùng
l'infection

vi rút
le virus

HIV / AIDS
le VIH / le sida

thuốc
le médicament

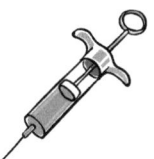

tiêm chủng
la vaccination

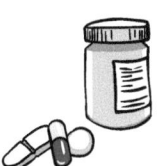

thuốc viên
les comprimés

viên thuốc
la pilule

gọi cấp cứu
l'appel d'urgence

máy đo huyết áp
le tensiomètre

bệnh / khỏe mạnh
malade / sain

cứu!

Au secours !

báo động

l'alarme

cuộc đột kích

l'assaut

sự tấn công

l'attaque

mối nguy hiểm

le danger

lối thoát hiểm

la sortie de secours

cháy!

Au feu!

bình chữa cháy

l'extincteur

tai nạn

l'accident

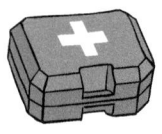

bộ dụng cụ sơ cứu

la trousse de premier secours

SOS

SOS

cảnh sát

la police

châu Âu

l'Europe

Bắc Mỹ

l'Amérique du Nord

Nam Mỹ

l'Amérique du Sud

châu Phi

l'Afrique

châu Á

l'Asie

châu Úc

l'Australie

Đại Tây Dương

l'Océan atlantique

Thái Bình Dương

l'Océan pacifique

Ấn Độ Dương

l'Océan indien

Nam Cực Dương

l'Océan antarctique

Bắc Băng Dương

l'Océan arctique

bắc cực

le Pôle nord

nam cực

le Pôle sud

nam cực

l'Antarctique

trái đất

la terre

đất liền

le pays

biển

la mer

đảo

l'île

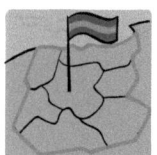

quốc gia

la nation

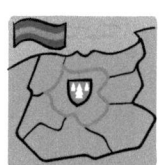

nhà nước

l'état

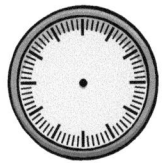

mặt đồng hồ

le cadran

kim chỉ giờ

l'aiguille des heures

kim chỉ phút

l'aiguille des minutes

kim chỉ giây

l'aiguille des secondes

Bây giờ là mấy giờ?

Quelle heure est-il ?

ngày

le jour

thời gian

le temps

bây giờ

maintenant

đồng hồ điện tử

la montre digitale

phút

la minute

giờ

l'heure

tuần lễ
la semaine

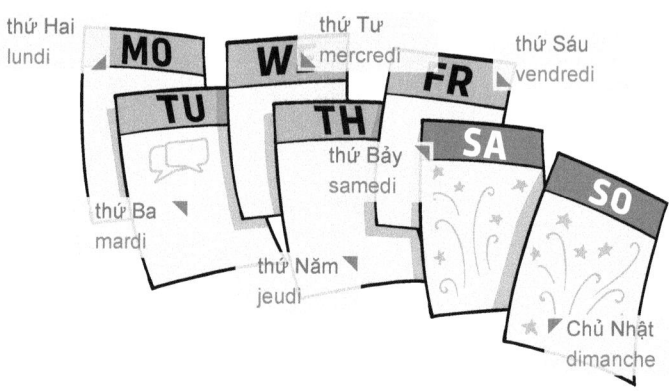

thứ Hai – lundi
thứ Tư – mercredi
thứ Sáu – vendredi
thứ Ba – mardi
thứ Bảy – samedi
thứ Năm – jeudi
Chủ Nhật – dimanche

hôm qua
hier

hôm nay
aujourd'hui

ngày mai
demain

buổi sáng
le matin

buổi trưa
le midi

buổi tối
le soir

ngày làm việc
les jours ouvrables

cuối tuần
le week-end

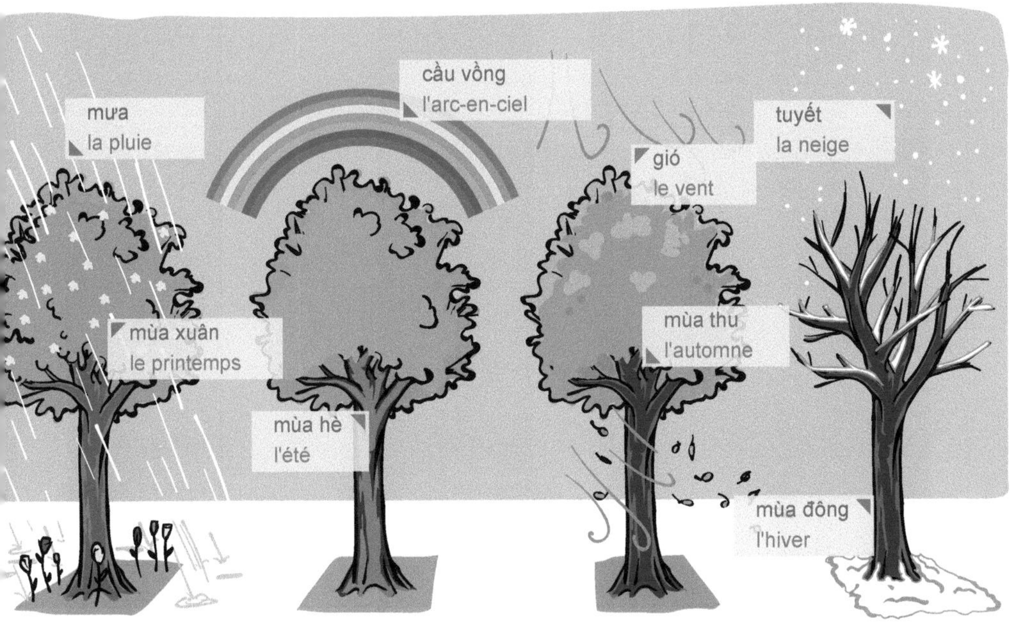

cầu vồng
l'arc-en-ciel
mưa
la pluie
tuyết
la neige
gió
le vent
mùa xuân
le printemps
mùa thu
l'automne
mùa hè
l'été
mùa đông
l'hiver

4.APRIL 11°
5.APRIL 4°
6.APRIL 13°
7.APRIL 8°
8.APRIL 10°

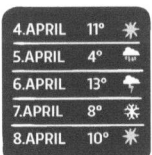

dự báo thời tiết
la météo

F C
120 40
90 30
60 20
30 10
0 0
-30 -10
-20

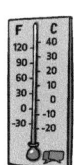

nhiệt kế
le thermomètre

ánh nắng
la lumière du soleil

mây
le nuage

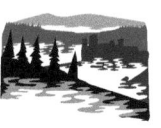

sương mù
le brouillard

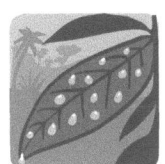

độ ẩm không khí
l'humidité

tia chớp

la foudre

sấm sét

la tonnerre

cơn bão

la tempête

mưa đá

la grêle

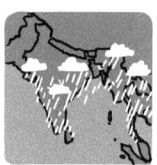

gió mùa

la mousson

lũ lụt

l'inondation

nước đá

la glace

tháng Một

janvier

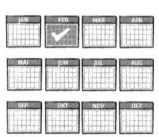

tháng Hai

février

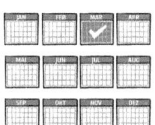

tháng Ba

mars

tháng Tư

avril

tháng Năm

mai

tháng Sáu

juin

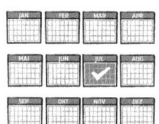

tháng Bảy

juillet

tháng Tám

août

tháng Chín

septembre

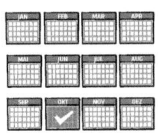

tháng Mười

octobre

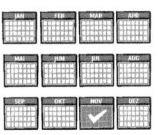

tháng Mười Một

novembre

tháng Mười Hai

décembre

hình dạng
les formes

hình tròn

le cercle

hình vuông

le carré

hình chữ nhật

le rectangle

hình tam giác

le triangle

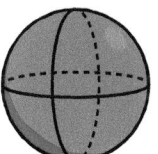

hình cầu

la sphère

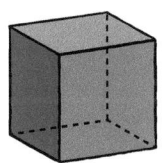

khối vuông

le cube

màu sắc

les couleurs

màu trắng

blanc

màu vàng

jaune

màu cam

orange

màu hồng

rose

màu đỏ

rouge

màu tím

violet

màu xanh dương

bleu

màu xanh lá cây

vert

màu nâu

marron

màu xám

gris

màu đen

noir

nhiều / ít

beaucoup / peu

tức tối / điềm tĩnh

fâché / calme

xinh đẹp / xấu xí

joli / laid

bắt đầu / kết thúc

le début / la fin

to / nhỏ

grand / petit

sáng / tối

clair / obscure

nh (em) trai / chị (em) gái

frère / soeur

sạch / bẩn

propre / sale

đủ / thiếu

complet / incomplet

ngày / đêm

le jour / la nuit

chết / sống

mort / vivant

rộng / chật hẹp

large / étroit

ăn được / không ăn được

comestible / incomestible

ác / tử tế

méchant / gentil

hào hứng / chán nản

excité / ennuyé

béo / gầy

gros / mince

đầu tiên / cuối cùng

le premier / le dernier

bạn / thù

l'ami / l'ennemi

đầy / rỗng

plein / vide

cứng / mềm

dur / souple

nặng / nhẹ

lourd / léger

đói / khát

faim / soif

bệnh / khỏe mạnh

malade / sain

bất hợp pháp / hợp pháp

illégal / légal

thông minh / ngu

intelligent / stupide

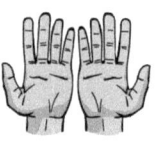

trái / phải

gauche / droite

gần / xa

proche / loin

mới / cũ

nouveau / usé

không có gì cả / có cái gì đó

rien / quelque chose

già / trẻ

vieux / jeune

bật / tắc

marche / arrêt

mở / đóng

ouvert / fermé

im lặng / ồn ào

faible / fort

giàu / nghèo

riche / pauvre

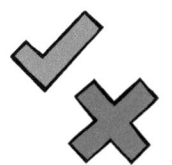

đúng / sai

correct / incorrect

sần sùi / mịn màng

rugueux / lisse

buồn / vui

triste / heureux

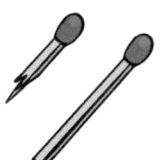

ngắn / dài

court / long

chậm / nhanh

lent / rapide

ẩm ướt / khô ráo

mouillé / sec

ấm áp / mát mẻ

chaud / froid

chiến tranh / hòa bình

la guerre / la paix

0

số không

zéro

1

một

un / une

2

hai

deux

3

ba

trois

4

bốn

quatre

5

năm

cinq

6

sáu

six

7

bảy

sept

8

tám

huit

9

chín

neuf

10

mười

dix

11

mười một

onze

12

mười hai
douze

13

mười ba
treize

14

mười bốn
quatorze

15

mười lăm
quinze

16

mười sáu
seize

17

mười bảy
dix-sept

18

mười tám
dix-huit

19

mười chín
dix-neuf

20

hai mươi
vingt

100

một trăm
cent

1.000

một ngàn
mille

1.000.000

một triệu
le million

con số - les nombres

tiếng Anh

l'anglais

tiếng Anh Mỹ

l'anglais américain

tiếng Quan Thoại

le chinois mandarin

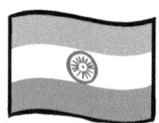

tiếng Hin-di

le hindi

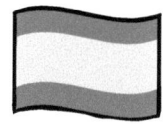

tiếng Tây Ban Nha

l'espagnol

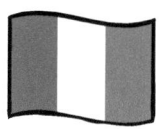

tiếng Pháp

le français

tiếng Ả-rập

l'arabe

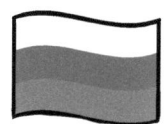

tiếng Nga

le russe

tiếng Bồ Đào Nha

le portugais

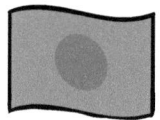

tiếng Bengal

le bengali

tiếng Đức

l'allemand

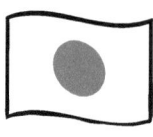

tiếng Nhật

le japonais

tôi
je

bạn
tu

anh ta / cô ta / nó
il / elle / ce, c', cela

chúng tôi
nous

các bạn
vous

họ
ils / elles

ai?
Qui ?

cái gì?
Quoi ?

như thế nào?
Comment ?

ở đâu?
Où ?

lúc nào?
Quand ?

tên
le nom

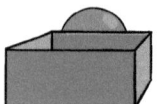

phía sau

derrière

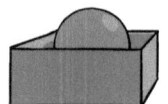

ở trong

dans

phía trước

devant

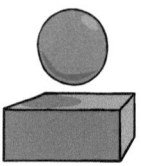

phía trên

au-dessus

ở trên

sur

ở dưới

en-dessous

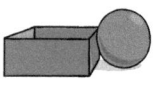

bên cạnh

à côté de

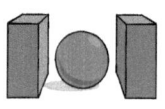

ở giữa

entre

chỗ

le lieu